나비의 전설
ANG ALAMAT NG PARU-PARO

글_ 오혜진(한국어·필리핀어), 최명근(영어)
그림_ 강성수, 최동운

옛날 옛적, 필리핀 라구나에는 '파로'와 '펄라'라는 자매가 살고 있었어요. 엄마, 아빠가 없이 서로를 의지하며 자란 자매는 꽃을 팔아 어렵게 생활을 이어갔답니다.

Noong unang panahon ay may magkapatid na ulila na naninirahan sa baryo ng Laguna. Ito ay sina Amparo na ang palayaw ay Paro, at si Perla na pawang sumisibol na dalagita. Pagtitinda ng bulaklak ang kanilang ikinabubuhay.

파로와 펄라는 자매지만 성격이 많이 달랐어요.
파로는 얼굴이 예뻤지만 게을러서 매일 꽃밭에서
꽃향기를 맡으며 노는 걸 좋아했죠.
그와 반대로 펄라는 부지런한 데다 마음씨까지
착해서 게으른 언니를 많이 이해해 주었어요.

Kahit na magkapatid sila ay magkaiba ang
kanilang ugali. Si Amparo ay maganda
subalit tamad at walang kinagigiliwang
gawin kundi ang lumapit sa mga bulaklak
at amuyin ito.
Samantalang si Perla naman ay masipag
at masinop sa kabuhayan. Likas na
mabait si Perla, kaya pasensiya na lamang
ang kaniyang ibinibigay sa kapatid na si
Amparo na ubod ng tamad.

하지만 어느 날, 두 사람이 다투는 일이 벌어지고 말았어요.
언니 파로가 반찬 투정을 하자 동생 펄라가 그만 화를 내버렸지 뭐예요.
"언니는 대체 왜 그래? 우리가 먹을 음식은 이것뿐이라고!"

Ngunit isang araw ay naubos ang pasensiya ni Perla at nagalit kay
Amparo na laging nagrereklamo sa kanilang ulam.
"Ano ba? Wala na tayong ibang pagkain." Banggit ni Perla.

그러자 언니 파로도 큰소리로 말했어요.
"진짜 맛이 없어서 못 먹겠는데 어쩌란 말이야!"
동생 펄라도 지지 않고 말했어요.
"그럼 언니가 앞으로 요리를 하든지!"
동생의 말에 파로는 더 화가 났어요.
"뭐라고? 요리는 네 일이야. 난 언니고 넌 동생이니까 내 말을 들어야지!"

Galit din na sumagot si Amparo.
"Hindi masarap kaya hindi ako kakain!"
Hindi nagpatalo si Perla at sinagot ang kanyang nakatatandang kapatid.
"Kung ganon, sa susunod ikaw na ang magluto!."
Lalong nagalit si Amparo.
"Anong gusto mo alilain ako at busabusin? Ako ang masusunod dahil ako ang nakakatanda."

그렇게 동생에게 쏘아붙이고 집을 나온 파로는 꽃밭으로 향했어요.
그리고 예쁜 꽃을 한 송이 따서 머리에 꽂고 자신의 아름다운 모습을
강물에 비춰 보려고 했어요.

Sabay nanaog si Amparo at dumiretso sa hardin upang pumitas ng bulaklak at inilagay sa kanyang buhok. Nagtuloy siya sa ilog upang pagmasdan ang bulaklak sa kanyang buhok.

그런데 그만 머리를 숙이다가 강물에 빠지고 말았어요.
잠시 후 언니가 걱정되어 뒤따라온 펄라가 강에 빠진 언니의 모습을 발견
했어요.

Pagdukwang niya ay tuloy-tuloy siyang nahulog sa ilog.
Sa pag-aalala para sa kapatid ay sumunod si Perla at kitang-kita niya
nang mahulog si Paro sa ilog.

펄라는 큰 소리로 언니의 이름을 불렀어요.
"파로! 파로!"
그 소리를 듣고 이웃사람들이 강가로 모여들었어요.

Sumigaw ng malakas si Perla "Paro! Paro!", marami ang nakarinig
kaya lumabas at pumunta sa ilog ang mga kapitbahay.

펄라는 언니의 이름을 부르며 강가를 하염없이 헤맸지만 그 사이 언니는 어디론가 떠내려가 버리고, 더 이상 그녀의 모습을 찾을 수가 없었어요. 파로를 찾다 지친 이웃사람들과 펄라는 무심하게 흘러가는 강을 하염없이 바라보며 눈물을 흘렸어요.

Hinanap ni Perla at ng mga kapitbahay si Amparo kung saan-saan ngunit walang Amparo silang nakita.
Balisa na lamang nilang pinagmasdan ang ilog at tumulo ang kanilang mga luha.

그런데 파로가 빠진 강에서 꽃이 피어나 서서히 변하더니 꽃잎이 화려한 날개 모양으로 바뀌는 게 아니겠어요.

Habang balisang nagmamasid sa ilog ang mga tao, ay may isang bulaklak ang lumutang sa kinahulugan ni Amparo at unti-unti itong gumalaw.

그리고 마침내 아름다운 나비 모양으로 변해 꽃밭으로 날아가 꽃마다 옮겨 다니기 시작했어요.
펄라는 그 나비가 꽃을 좋아하던 언니라고 생각하며 언니의 이름을 불렀어요.
"파로! 파로!"

Dahan-dahang nawala ang hugis bulaklak nito at unti-unting umusbong ang pakpak na may iba't-ibang kulay. Walang anu-ano ay lumipad ito at nakita ni Perla na pumunta ito sa hardin at nagpalipat-lipat sa mga bulaklak. Kinutuban si Perla at nasambit niya ang katagang "Paro! Paro!".

그 후, 필리핀 사람들은 아름다운 날개 빛을 자랑하는 작은 생물을
'파로파로 (나비)'라고 부르게 되었답니다.

Simula noon, ang maganda at makulay na munting nilikha ay tinawag ng mga tao na 'PARU-PARO'.

The Legend Of Butterfly

Once upon a time in Laguna, Philippines, there were orphaned sisters named "Paro" and "Perla". Without mom and dad, two sisters looked after each other and sold flowers to make a living.

Though they were sisters, they were very different from each other.
Paro was a pretty girl. She liked to indulge herself in the scent of flowers, having fun in the garden.

On the other hand, Perla - Paro's younger sister, was not only pretty, but also diligent. She was kind enough to understand her fun-seeking big sister.

One day, they got into an argument.
Paro complained about her meal, making her younger sister mad.
"What is wrong with you? This is the only food we have", said Perla.
Paro also shouted at Perla. "How can I eat this? This is bad!"

Perla said, "If you can't eat it, how about cooking food for yourself?"
Paro got even angrier and said, "Its your responsibility and I am your big sister and you are supposed to do what I tell you to do!"

Being upset, Paro got out of the house and went to the flower garden. She picked up a flower and put it in her hair. She went to a nearby river to see her pretty face mirrored in water.

When she leaned forward to see herself closer, she lost her balance and fell in the river. After following her sister, Perla saw her sister swept by the river.

"Paro! Paro", Perla shouted.
Others came to the river, hearing Perla's poignant voice looking for her only sister.

Perla tried to find Paro,
running around the river.
Paro was not there and the trace
of her disappeared completely.
Being exhausted by the searching activity,
Perla and her neighbors just sat down and
gazed at the cold river,
with their emotions filled with sorrow.

All of the sudden, a flower blossomed from the river and was turned into a butterfly with beautiful wings.

The butterfly flew toward the flower garden and started to move from one flower to another just like Paro did.

Perla thought the butterfly is her sister who liked flowers so much. "Paro! Paro!", called Perla.

From then on, people in the Philippines started to call the butterfly boasting its beautiful wings "Paru-paro".

필리핀

- 위치 : 동남아시아, 베트남의 동쪽
- 수도 : 마닐라
- 언어 : 필리핀어, 영어
- 종교 : 가톨릭교, 이슬람교, 성공회
- 정치·의회 형태 : 대통령제(6년 단임), 상하 양원제

필리핀은 적도의 약간 북쪽, 아시아 대륙 남동쪽의 서태평양에 산재하는 7,000여 개의 섬들로 구성된 국가입니다. 1565년 에스파냐로 부터 정복당했고, 1898년 독립을 선언하였으나 에스파냐-미국전쟁으로 다시 미국의 지배를 받게 되었습니다. 그 후로도 1943년 일본 점령을 거쳐 1945년 미국군이 탈환한 후 독립하였습니다. 그 영향으로 따갈로그어 등 필리핀 전통 언어가 있지만 국민 대부분이 영어를 사용하고 있습니다.

고온 다습한 아열대성 기후를 나타내며, 1년 내내 기온이 높은 마닐라의 연평균 기온은 27℃입니다. 계절은 건기와 우기로 나누어지는데, 1년 중 12월부터 4월까지는 건기, 5월부터 11월까지는 우기로 분류되며 7월부터 10월까지는 태풍이 발생하는 시기입니다.